國家圖書館出版品預行編目(CIP)資料

初級泰文閱讀：從短句到短文的系統學習 / 時時泰泰語資源中心
作. -- 一版. -- 新北市：時時泰工作室, 2025.06
86面； 19X26 公分
ISBN 978-626-99788-6-1(平裝)
1.CST: 泰語 2.CST: 讀本
803.758 114007663

《初級泰文閱讀：從短句到短文的系統學習＝เบื้องต้นการอ่านภาษาไทยจากประโยคสั้นสู่บทความ》

編　　　輯	時時泰泰語資源中心
插　　　圖	illustrations designed by Canva
泰 文 校 對	Isabella Happe / ดีดี้
專 案 經 理	Emily Chen
審　　　訂	กิพนาถ สุดจิตต์
出　　　版	時時泰工作室
	234 新北市永和區秀朗路一段 90 巷 8 號
	(02) 8921-2198
泰 文 音 檔	請到Podcast/ soundon 搜尋「時時泰工作室」
課 本 網 站	https://www.everthai.tw/
社 群 連 結	https://portaly.cc/everthaistudio
出 版 日 期	2025 年 6 月一版初刷
定　　　價	350 元
I S B N	978-626-99788-6-1 　(平裝)
I S B N	978-626-99788-7-8 　(EPUB)
總 經 銷	紅螞蟻圖書有限公司
地　　　址	114台北市內湖區舊宗路2段121巷19號
電　　　話	(02) 2795-3656
傳　　　真	(02) 2795-4100

欲利用本書全部或部分內容者，
須徵得作者同意或書面授權。
請洽時時泰工作室：everthailand2019@gmail.com

Basics Thai Reading : A Systematic Journey from Short Sentences to Short Texts

Published by EverThai Studio
Printed in Taiwan
Copyright © EverThai Studio
ALL RIGHTS RESERVED

時時泰工作室| 泰語學習與跨文化交流領導品牌

คำนำ / 序文

學習一門新語言，就像是為自己的人生增添一道彩虹，讓您能欣賞另一個文化的繽紛色彩。泰語作為泰國的語言，不僅是日常交流的工具，更是體驗泰國人熱情與生活方式的窗口。對初學者來說，泰語的拼讀與語調可能有些挑戰，但這也是它獨特的魅力所在。泰國諺語說：「ฟ้าหลังฝน ย่อมสวยงามเสมอ (雨後的天空，總是美麗)」，只要您不怕學習中的小雨，堅持下去，就能見到泰語學習的美麗彩虹。

《初級泰文閱讀：從短句到短文的系統學習》是為初學者量身打造的學習資源，特別適合想探索泰國的台灣讀者。全書包含八課，涵蓋泰國生活的各種場景，從市場購物到寺廟參拜，帶您一步步練習拼讀與閱讀。每課提供短文、詞彙學習與多樣化的練習題，讓您在學習泰語的同時，感受泰國文化的溫暖。不論您是想旅遊、學習還是移居，這本書都能成為您的好夥伴。

學習泰語需要時間與努力，但當您能讀懂泰文短文、與泰國人簡單交流時，您會發現這一切都值得。

讓我們一起走上這條泰語學習的彩虹之路吧！

時時泰工作室
2025年5月

時時泰工作室｜泰語學習與跨文化交流領導品牌

สารบัญ
目錄

บทที่หนึ่ง: การเดินทางไปกรุงเทพฯ   1-8
（第一課：前往曼谷的旅行)
บทที่สอง: การซื้อของที่ตลาดในประเทศไทย   9-16
(第二課：在泰國市場購物)
บทที่สาม: การกินอาหารไทย   17-24
(第三課：吃泰國食物)
บทที่สี่: การเช่าบ้านในประเทศไทย   25-32
(第四課：在泰國租房子)
บทที่ห้า: การไปวัดในประเทศไทย   33-40
(第五課：去泰國寺廟)
บทที่หก: การเรียนที่มหาวิทยาลัยในประเทศไทย   41-48
(第六課：在泰國大學學習)
บทที่เจ็ด: การทำงานในสำนักงานที่ประเทศไทย   49-56
(第七課：在泰國辦公室工作)
บทที่แปด: การเดินทางไปทะเลในประเทศไทย   57-64
(第八課：去泰國海邊旅行)
เฉลย(解答)   65-81

時時泰工作室｜ 泰語學習與跨文化交流領導品牌

บทที่หนึ่ง
การเดินทางไปกรุงเทพฯ

時時泰工作室｜泰語學習與跨文化交流領導品牌

บทที่หนึ่ง

หัวข้อ: การเดินทางไปกรุงเทพฯ

คำอธิบาย:
บทเรียนนี้ช่วยฝึกการอ่าน การฟัง การพูด และการเขียนสำหรับผู้เริ่มเรียนภาษาไทย บทความเกี่ยวกับการเดินทางจากสนามบินไปกรุงเทพฯ เหมาะสำหรับผู้ที่สนใจการท่องเที่ยวในประเทศไทย

MP3 01-01

บทความ: การเดินทางไปกรุงเทพฯ

1. ผมชื่อเจมส์ ผมมาจากไต้หวัน

2. ผมเดินทางไปกรุงเทพฯ ด้วยเครื่องบิน

3. ผมถึงสนามบินสุวรรณภูมิตอนบ่าย

4. ผมขึ้นรถแท็กซี่ไปถนนสุขุมวิท

5. รถแท็กซี่แพง แต่เร็วมาก

บทที่หนึ่ง

หัวข้อ: การเดินทางไปกรุงเทพฯ

คำอธิบาย:
บทเรียนนี้ช่วยฝึกการอ่าน การฟัง การพูด และการเขียนสำหรับผู้เริ่มเรียนภาษาไทย บทความเกี่ยวกับการเดินทางจากสนามบินไปกรุงเทพฯ เหมาะสำหรับผู้ที่สนใจการท่องเที่ยวในประเทศไทย

บทความ: การเดินทางไปกรุงเทพฯ

6.ผมถามทางคนขับรถว่าโรงแรมอยู่ไหน

7.ถนนสุขุมวิทมีรถเยอะและคนเยอะ

8.ผมอยากไป ช้อปปิ้งที่ห้าง

9.ผมชอบกรุงเทพฯ เพราะเมืองนี้สนุก

10.ผมอยากมาเที่ยวอีกครั้ง

บทที่หนึ่ง

รายการคำศัพท์

คำอธิบาย:

เติมความหมายของคำศัพท์ลงในตาราง และฝึกแต่งประโยคโดยใช้คำศัพท์

คำศัพท์	ความหมาย	ตัวอย่างประโยค
1.เดินทาง		
2.กรุงเทพฯ		
3.สนามบิน		
4.รถแท็กซี่		
5.ถนน		
6.ถามทาง		
7.ช้อปปิ้ง		
8.ห้าง		

時時泰工作室| 泰語學習與跨文化交流領導品牌

บทที่หนึ่ง

แบบฝึกหัดการอ่าน

คำอธิบาย:

ตอบคำถาม 5 ข้อ เพื่อทดสอบความเข้าใจในบทความ

1.เจมส์มาจากไหน?

   A. ญี่ปุ่น B. ไต้หวัน C. เกาหลี

2.เจมส์เดินทางไปกรุงเทพฯ ด้วยอะไร?

   A. รถไฟ B. รถบัส C. เครื่องบิน

3.เจมส์ไปถนนอะไร?

   A. ถนนข้าวสาร B. ถนนสุขุมวิท C. ถนนสีลม

4.เจมส์ถามอะไรกับคนขับรถ?

   A. โรงแรมอยู่ไหน B. ห้างอยู่ไหน C. สนามบินอยู่ไหน

5.เจมส์อยากทำอะไรที่ห้าง?

   A. กินข้าว B. ช้อปปิ้ง C. นอน

บทที่หนึ่ง

การฟัง

คำอธิบาย:
ฟังบทความสั้นๆ แล้วตอบคำถาม 5 ข้อ

MP3 01-02

1. เจมส์ถึงสนามบินกี่โมง?

    A. ตอนเช้า B. ตอนบ่าย C. ตอนเย็น

2. เจมส์ไปกรุงเทพฯ ด้วยอะไร?

    A. รถแท็กซี่ B. รถบัส C. เครื่องบิน

3. เจมส์ไปถนนอะไร?

    A. ถนนสุขุมวิท B. ถนนข้าวสาร C. ถนนสีลม

4. ถนนสุขุมวิทเป็นยังไง?

    A. รถเยอะ B. รถน้อย C. เงียบ

5. เจมส์อยากมาเที่ยวอีกครั้งหรือไม่?

    A. อยาก B. ไม่อยาก C. ไม่แน่ใจ

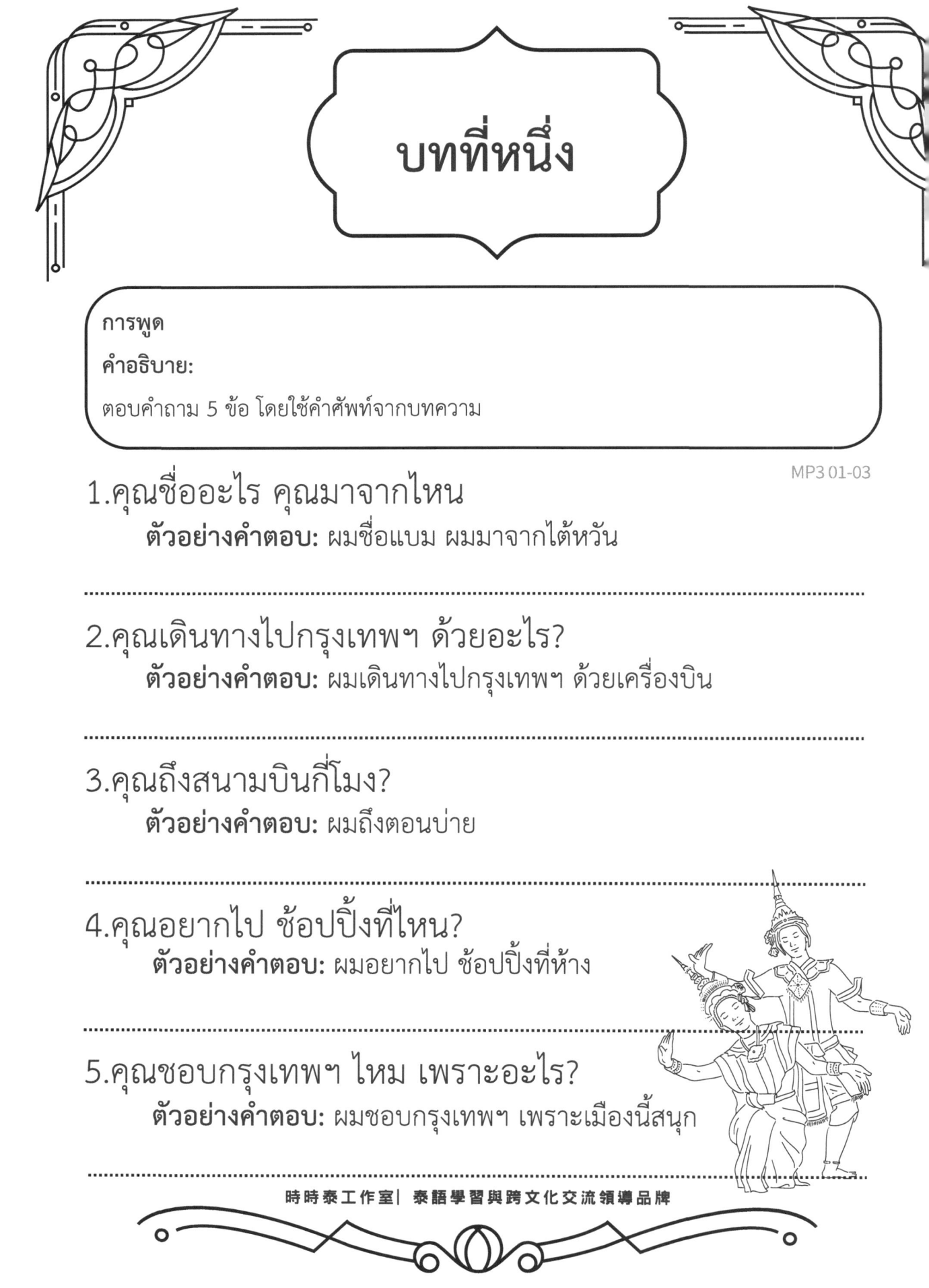

บทที่หนึ่ง

การพูด
คำอธิบาย:
ตอบคำถาม 5 ข้อ โดยใช้คำศัพท์จากบทความ

MP3 01-03

1.คุณชื่ออะไร คุณมาจากไหน
　　ตัวอย่างคำตอบ: ผมชื่อแบม ผมมาจากไต้หวัน

2.คุณเดินทางไปกรุงเทพฯ ด้วยอะไร?
　　ตัวอย่างคำตอบ: ผมเดินทางไปกรุงเทพฯ ด้วยเครื่องบิน

3.คุณถึงสนามบินกี่โมง?
　　ตัวอย่างคำตอบ: ผมถึงตอนบ่าย

4.คุณอยากไป ช้อปปิ้งที่ไหน?
　　ตัวอย่างคำตอบ: ผมอยากไป ช้อปปิ้งที่ห้าง

5.คุณชอบกรุงเทพฯ ไหม เพราะอะไร?
　　ตัวอย่างคำตอบ: ผมชอบกรุงเทพฯ เพราะเมืองนี้สนุก

時時泰工作室| 泰語學習與跨文化交流領導品牌

บทที่หนึ่ง

การเขียน
คำอธิบาย:
เขียนบทความสั้นๆ (100-120 คำ) อธิบายการเดินทางไปเมืองที่คุณชอบ โดยใช้คำศัพท์ เช่น เดินทาง สนามบิน รถแท็กซี่ ถนน ช้อปปิ้งและคำเชื่อม เช่น เพราะฉะนั้น เพราะ

ตัวอย่างคำตอบ:
ผมชื่อลี ผมชอบเมืองเชียงใหม่ ผมเดินทางไปเชียงใหม่ด้วยเครื่องบิน ผมถึงสนามบินตอนเช้า ผมขึ้นรถแท็กซี่ไปถนนนิมมาน ถนนนี้สวยและมีร้านเยอะ ผมไปช้อปปิ้งที่ห้าง ผมซื้อของเยอะ เพราะฉะนั้น ผมมีความสุข ผมชอบเชียงใหม่ เพราะเมืองนี้สงบและอากาศดี

....

....

....

....

....

....

....

....

บทที่สอง

การซื้อของที่ตลาดใน
ประเทศไทย

時時泰工作室| 泰語學習與跨文化交流領導品牌

บทที่สอง

หัวข้อ: การซื้อของที่ตลาดในประเทศไทย

คำอธิบาย:

บทเรียนนี้ช่วยฝึกการอ่าน การฟัง การพูด และการเขียนสำหรับผู้เริ่มเรียนภาษาไทย บทความเกี่ยวกับการซื้อของที่ตลาดในประเทศไทย เหมาะสำหรับผู้ที่สนใจการใช้ชีวิตในประเทศไทย

MP3 02-01

บทความ: การซื้อของที่ตลาด

1.ผมชื่อลิน ผมมาจากไต้หวัน

2.ผมไปตลาดในกรุงเทพฯ

3.ตลาดนี้ชื่อตลาดจตุจักร

4.ผมซื้อผักและผลไม้

5.ผักราคา 30 บาท

บทที่สอง

หัวข้อ: การซื้อของที่ตลาดในประเทศไทย

คำอธิบาย:
บทเรียนนี้ช่วยฝึกการอ่าน การฟัง การพูด และการเขียนสำหรับผู้เริ่มเรียนภาษาไทย บทความเกี่ยวกับการซื้อของที่ตลาดในประเทศไทย เหมาะสำหรับผู้ที่สนใจการใช้ชีวิตในประเทศไทย

บทความ: การซื้อของที่ตลาด

6. ผลไม้ราคา 50 บาท

7. ผมถามแม่ค้าว่าราคาเท่าไหร่

8. แม่ค้าบอกว่าราคาถูก

9. ผมจ่ายเงินแล้วเดินกลับ

10. ผมชอบตลาด เพราะมันสนุก

บทที่สอง

รายการคำศัพท์

คำอธิบาย:

เติมความหมายของคำศัพท์ลงในตาราง และฝึกแต่งประโยคโดยใช้คำศัพท์

คำศัพท์	ความหมาย	ตัวอย่างประโยค
1.ตลาด		
2.ซื้อ		
3.ผัก		
4.ผลไม้		
5.ราคา		
6.บาท		
7.แม่ค้า		
8.จ่ายเงิน		

บทที่สอง

แบบฝึกหัดการอ่าน

คำอธิบาย:

ตอบคำถาม 5 ข้อ เพื่อทดสอบความเข้าใจในบทความ

1.ลินมาจากไหน?

    A. ญี่ปุ่น B. ไต้หวัน C. เกาหลี

2.ลินไปตลาดอะไร?

    A. ตลาดจตุจักร B. ตลาดน้ำ C. ตลาดไนท์บาซาร์

3.ลินซื้ออะไรที่ตลาด?

    A. เสื้อผ้า B. ผักและผลไม้ C. หนังสือ

4.ผลไม้ราคาเท่าไหร่?

    A. 30 บาท B. 40 บาท C. 50 บาท

5.ลินชอบตลาดเพราะอะไร?

    A. ราคาถูก B. สนุก C. คนเยอะ

บทที่สอง

การฟัง

คำอธิบาย:

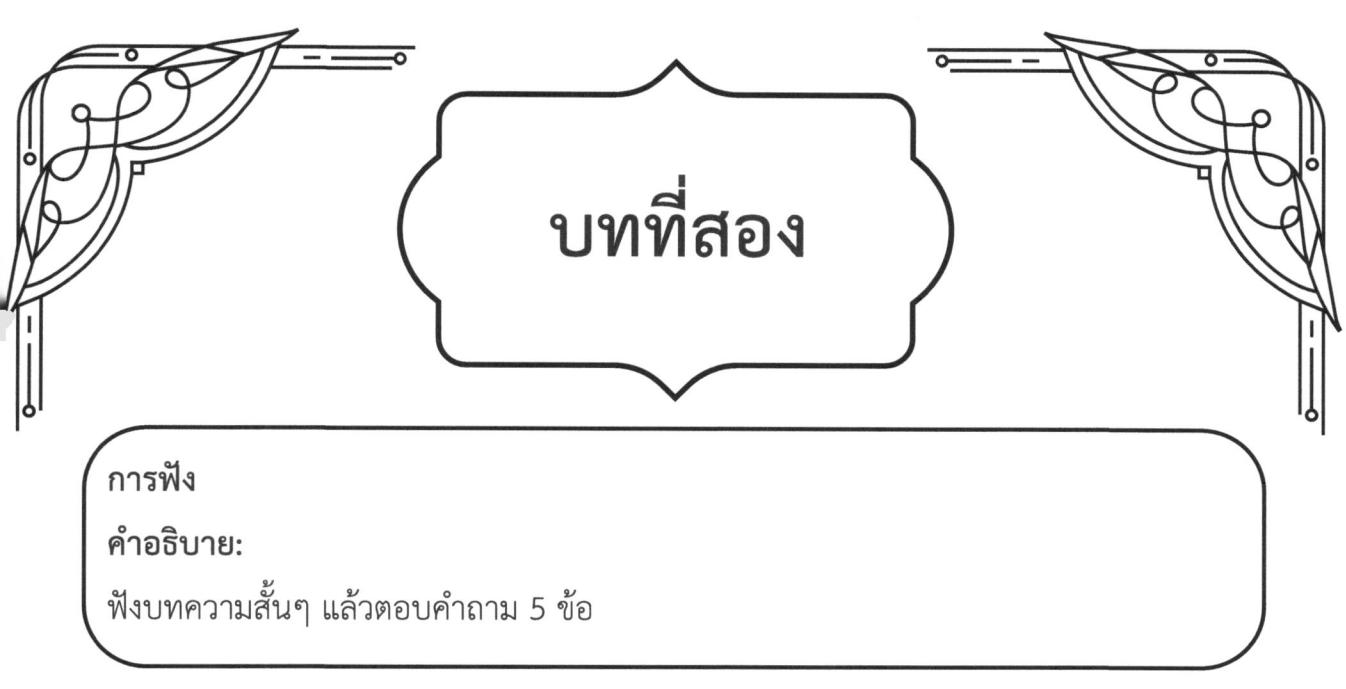

ฟังบทความสั้นๆ แล้วตอบคำถาม 5 ข้อ

MP3 02-02

1.ลินไปตลาดกี่โมง?

   A. ตอนเช้า B. ตอนบ่าย C. ตอนเย็น

2.ลินซื้ออะไร?

   A. ผัก B. ผลไม้ C. ผักและผลไม้

3.ผักราคาเท่าไหร่?

   A. 20 บาท B. 30 บาท C. 40 บาท

4.ลินถามอะไรกับแม่ค้า?

   A. ราคาเท่าไหร่ B. ห้องน้ำอยู่ไหน C. ตลาดปิดกี่โมง

5.ลินจ่ายเงินแล้วทำอะไร?

   A. เดินกลับ B. ซื้อของเพิ่ม C. นั่งกินข้าว

時時泰工作室| 泰語學習與跨文化交流領導品牌

บทที่สอง

การพูด
คำอธิบาย:
ตอบคำถาม 5 ข้อ โดยใช้คำศัพท์จากบทความ

1. คุณชื่ออะไร คุณมาจากไหน?
   ตัวอย่างคำตอบ: ผมชื่อแบม ผมมาจากไต้หวัน

MP3 02-03

2. คุณไปตลาดไหม?
   ตัวอย่างคำตอบ: ผมไปตลาด

3. คุณซื้ออะไรที่ตลาด?
   ตัวอย่างคำตอบ: ผมซื้อผักและผลไม้

4. ผักที่คุณซื้อราคาเท่าไหร่?
   ตัวอย่างคำตอบ: ผักราคา 30 บาท

5. คุณชอบตลาดไหม เพราะอะไร?
   ตัวอย่างคำตอบ: ผมชอบตลาด เพราะมันสนุก

บทที่สอง

การเขียน

คำอธิบาย:

เขียนบทความสั้นๆ (100-120 คำ) อธิบายการเดินทางไปเมืองที่คุณชอบ โดยใช้คำศัพท์ เช่น เดินทาง สนามบิน รถแท็กซี่ ถนน ช้อปปิ้งและคำเชื่อม เช่น เพราะฉะนั้น, เพราะ

ตัวอย่างคำตอบ:

ผมชื่อลี ผมชอบเมืองเชียงใหม่ ผมเดินทางไปเชียงใหม่ด้วยเครื่องบิน ผมถึงสนามบินตอนเช้า ผมขึ้นรถแท็กซี่ไปถนนนิมมาน ถนนนี้สวยและมีร้านเยอะ ผมไปช้อปปิ้งที่ห้าง ผมซื้อของเยอะ เพราะฉะนั้น ผมมีความสุข ผมชอบเชียงใหม่ เพราะเมืองนี้สงบและอากาศดี

....

....

....

....

....

....

....

....

บทที่สาม

การกินอาหารไทย

บทที่สาม

หัวข้อ: การกินอาหารไทย

คำอธิบาย:
บทเรียนนี้ช่วยฝึกการอ่าน การฟัง การพูด และการเขียนสำหรับผู้เริ่มเรียนภาษาไทย บทความเกี่ยวกับการกินอาหารไทย เหมาะสำหรับผู้ที่สนใจการกินและวัฒนธรรมอาหารในประเทศไทย

MP3 03-01

บทความ: การกินอาหารไทย

1. ผมชื่อไมค์ ผมมาจากไต้หวัน

2. ผมชอบกินอาหารไทยมาก

3. วันนี้ผมไปร้านอาหาร

4. ผมสั่งต้มยำกุ้ง

5. ต้มยำกุ้งรสชาติเปรี้ยวและเผ็ด

บทที่สาม

หัวข้อ: การกินอาหารไทย

คำอธิบาย:
บทเรียนนี้ช่วยฝึกการอ่าน การฟัง การพูด และการเขียนสำหรับผู้เริ่มเรียนภาษาไทย บทความเกี่ยวกับการกินอาหารไทย เหมาะสำหรับผู้ที่สนใจการกินและวัฒนธรรมอาหารในประเทศไทย

บทความ: การกินอาหารไทย

6.ผมสั่งข้าวเหนียวมะม่วงด้วย

7.ข้าวเหนียวมะม่วงหวานและอร่อย

8.ผมบอกพนักงานว่ารสชาติดี

9.ผมกินเสร็จแล้วจ่ายเงิน

10.ผมอยากกินอาหารไทยอีก

บทที่สาม

รายการคำศัพท์

คำอธิบาย:

เติมความหมายของคำศัพท์ลงในตาราง และฝึกแต่งประโยคโดยใช้คำศัพท์

คำศัพท์	ความหมาย	ตัวอย่างประโยค
1.อาหารไทย		
2.ร้านอาหาร		
3.สั่ง		
4.ต้มยำกุ้ง		
5.รสชาติ		
6.ข้าวเหนียวมะม่วง		
7.พนักงาน		
8.อร่อย		

บทที่สาม

แบบฝึกหัดการอ่าน
คำอธิบาย:
ตอบคำถาม 5 ข้อ เพื่อทดสอบความเข้าใจในบทความ

1. ไมค์มาจากไหน?

    A. ญี่ปุ่น B. ไต้หวัน C. เกาหลี

2. ไมค์ไปที่ไหน?

    A. ตลาด B. ร้านอาหาร C. ห้าง

3. ไมค์สั่งอะไร?

    A. ผัดไทย B. ต้มยำกุ้ง C. ส้มตำ

4. ต้มยำกุ้งรสชาติเป็นยังไง?

    A. หวาน B. เปรี้ยวและเผ็ด C. เค็ม

5. ไมค์อยากกินอาหารไทยอีกไหม?

    A. อยาก B. ไม่อยาก C. ไม่แน่ใจ

บทที่สาม

การฟัง

คำอธิบาย:

ฟังบทความสั้นๆ แล้วตอบคำถาม 5 ข้อ

MP3 03-02

1. ไมค์ไปร้านอาหารกี่โมง?

   A. ตอนเช้า B. ตอนบ่าย C. ตอนเย็น

2. ไมค์สั่งอะไร?

   A. ต้มยำกุ้ง B. ข้าวผัด C. ผัดไทย

3. ข้าวเหนียวมะม่วงรสชาติเป็นยังไง?

   A. เปรี้ยว B. หวาน C. เผ็ด

4. ไมค์บอกพนักงานว่าอะไร?

   A. อาหารเผ็ด B. รสชาติดี C. อาหารแพง

5. ไมค์กินเสร็จแล้วทำอะไร?

   A. เดินกลับ B. สั่งเพิ่ม C. จ่ายเงิน

บทที่สาม

การพูด

คำอธิบาย:

ตอบคำถาม 4 ข้อ โดยใช้คำศัพท์จากบทความ

MP3 03-03

1. คุณชอบกินอาหารไทยไหม?
    ตัวอย่างคำตอบ: ผมชอบกินอาหารไทย

    ....

2. คุณสั่งอะไรที่ร้านอาหาร?
    ตัวอย่างคำตอบ: ผมสั่งต้มยำกุ้ง

    ....

3. อาหารรสชาติเป็นยังไง?
    ตัวอย่างคำตอบ: รสชาติเปรี้ยวและเผ็ด

    ....

4. คุณอยากกินอาหารไทยอีกไหม?
    ตัวอย่างคำตอบ: ผมอยากกินอาหารไทยอีก

    ....

時時泰工作室 | 泰語學習與跨文化交流領導品牌

บทที่สาม

การเขียน

คำอธิบาย:

เขียนบทความสั้นๆ (100-120 คำ) อธิบายอาหารที่คุณชอบ โดยใช้คำศัพท์ เช่น อาหารไทย สั่ง รสชาติ อร่อย และคำเชื่อม เช่น เพราะ เพราะฉะนั้น

ตัวอย่างคำตอบ:

ผมชื่อโจ ผมชอบกินอาหารไทย ผมไปร้านอาหารใกล้บ้าน ผมสั่งผัดไทย รสชาติอร่อยมาก ผัดไทยมีถั่วและกุ้ง ผมบอกพนักงานว่ารสชาติดี ผมกินเสร็จแล้วจ่ายเงิน ผมชอบอาหารไทยเพราะมันอร่อยและหลากหลาย ผมอยากกินอีก

....

....

....

....

....

....

....

....

บทที่สี่
การเช่าบ้านในประเทศไทย

時時泰工作室｜泰語學習與跨文化交流領導品牌

บทที่สี่

หัวข้อ: การเช่าบ้านในประเทศไทย

คำอธิบาย:
บทเรียนนี้ช่วยฝึกการอ่าน การฟัง การพูด และการเขียนสำหรับผู้เริ่มเรียนภาษาไทย บทความเกี่ยวกับการเช่าบ้านในประเทศไทย เหมาะสำหรับผู้ที่สนใจการใช้ชีวิตในประเทศไทย

MP3 04-01

บทความ: การเช่าบ้านในประเทศไทย

1. ผมชื่อแบม ผมมาจากไต้หวัน

2. ผมอยากเช่าบ้านในกรุงเทพฯ

3. ผมไปดูบ้านใกล้ถนนสุขุมวิท

4. บ้านหลังนี้สวยและใหญ่

5. ผมถามเจ้าของบ้านว่าราคาเท่าไหร่

บทที่สี่

หัวข้อ: การเช่าบ้านในประเทศไทย

คำอธิบาย:
บทเรียนนี้ช่วยฝึกการอ่าน การฟัง การพูด และการเขียนสำหรับผู้เริ่มเรียนภาษาไทย บทความเกี่ยวกับการเช่าบ้านในประเทศไทย เหมาะสำหรับผู้ที่สนใจการใช้ชีวิตในประเทศไทย

บทความ: การเช่าบ้านในประเทศไทย

6. เจ้าของบ้านบอกว่าเดือนละ 10,000 บาท

7. ผมบอกว่าผมอยากเช่า

8. ผมจ่ายเงินมัดจำก่อน

9. ผมย้ายเข้าไปในบ้านใหม่

10. ผมมีความสุข เพราะบ้านนี้ดี

บทที่สี่

รายการคำศัพท์

คำอธิบาย:

เติมความหมายของคำศัพท์ลงในตาราง และฝึกแต่งประโยคโดยใช้คำศัพท์

คำศัพท์	ความหมาย	ตัวอย่างประโยค
1.เช่า		
2.บ้าน		
3.เจ้าของบ้าน		
4.ราคา		
5.เดือน		
6.มัดจำ		
7.ย้าย		
8.มีความสุข		

บทที่สี่

แบบฝึกหัดการอ่าน
คำอธิบาย:
ตอบคำถาม 5 ข้อ เพื่อทดสอบความเข้าใจในบทความ

1.แบมมาจากไหน?

    A. ญี่ปุ่น B. ไต้หวัน C. เกาหลี

2.แบมอยากเช่าบ้านที่ไหน?

    A. กรุงเทพฯ B. เชียงใหม่ C. ภูเก็ต

3.บ้านที่แบมไปดูอยู่ใกล้ถนนอะไร?

    A. ถนนข้าวสาร B. ถนนสุขุมวิท C. ถนนสีลม

4.ราคาเช่าบ้านเท่าไหร่?

    A. 5,000 บาท B. 10,000 บาท C. 15,000 บาท

5.แบมมีความสุขเพราะอะไร?
    A. บ้านสวย B. บ้านถูก C. บ้านดี

บทที่สี่

การฟัง

คำอธิบาย:
ฟังบทความสั้นๆ แล้วตอบคำถาม 5 ข้อ

MP3 04-02

1. แบมอยากเช่าบ้านที่ไหน?

    A. กรุงเทพฯ   B. ภูเก็ต   C. พัทยา

2. บ้านหลังนี้ราคาเท่าไหร่?

    A. 8,000 บาท   B. 10,000 บาท   C. 12,000 บาท

3. แบมจ่ายอะไรก่อนย้ายเข้า?

    A. เงินมัดจำ   B. ค่าไฟ   C. ค่าน้ำ

4. แบมย้ายเข้าไปในบ้านเมื่อไหร่?

    A. วันนี้   B. วันพรุ่งนี้   C. ไม่บอก

5. แบมชอบบ้านหลังนี้ไหม?

    A. ชอบ   B. ไม่ชอบ   C. ไม่แน่ใจ

บทที่สี่

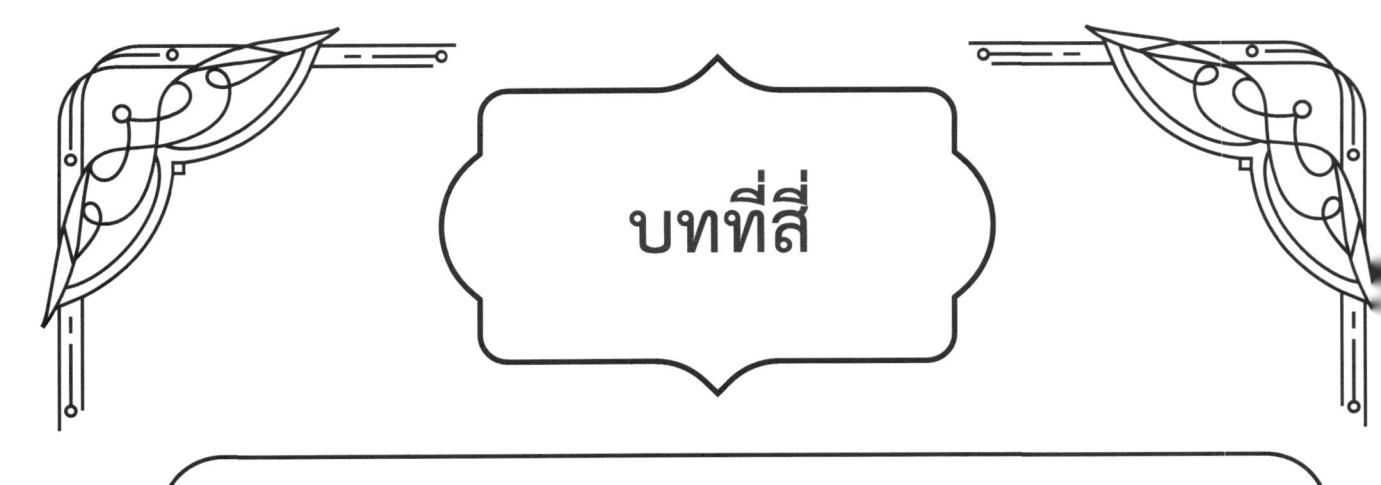

การพูด

คำอธิบาย:

ตอบคำถาม 4 ข้อ โดยใช้คำศัพท์จากบทความ

MP3 04-03

1.คุณอยากเช่าบ้านที่ไหน?
ตัวอย่างคำตอบ: ผมอยากเช่าบ้านในกรุงเทพฯ

....

2.บ้านที่คุณอยากเช่าราคาเท่าไหร่?
ตัวอย่างคำตอบ: ราคา 10,000 บาท

....

3.คุณจ่ายเงินมัดจำไหม?
ตัวอย่างคำตอบ: ผมจ่ายเงินมัดจำ

....

4.คุณมีความสุขไหม เพราะอะไร?
ตัวอย่างคำตอบ: ผมมีความสุข เพราะบ้านดี

....

時時泰工作室| 泰語學習與跨文化交流領導品牌

บทที่สี่

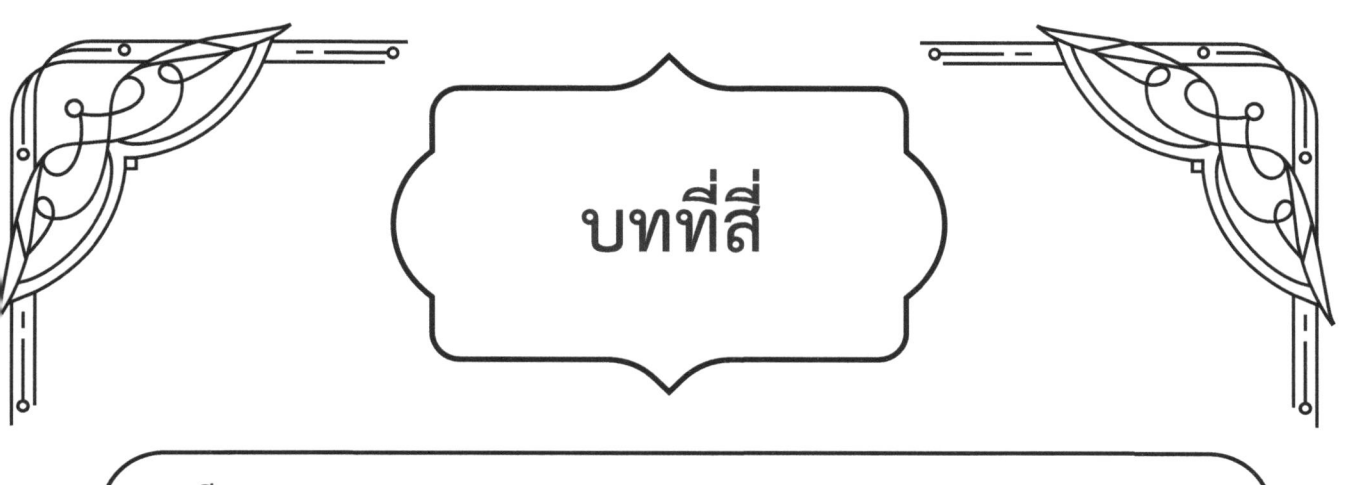

การเขียน

คำอธิบาย:

เขียนบทความสั้นๆ (100-120 คำ) อธิบายบ้านที่คุณอยากเช่า โดยใช้คำศัพท์ เช่น เช่า บ้าน ราคา เดือน และคำเชื่อม เช่น เพราะ เพราะฉะนั้น

ตัวอย่างคำตอบ:

ผมชื่อโจ ผมอยากเช่าบ้านในเชียงใหม่ ผมไปดูบ้านใกล้เมือง บ้านหลังนี้สวยและเล็ก ผมถามเจ้าของบ้านว่าราคาเท่าไหร่ เจ้าของบ้านบอกว่าเดือนละ 8000 บาท ผมจ่ายเงินมัดจำแล้ว ผมย้ายเข้าไปในบ้านใหม่ ผมมีความสุข เพราะบ้านนี้เงียบ ผมอยากอยู่ที่นี่นาน

บทที่ห้า
การไปวัดในประเทศไทย

บทที่ห้า

หัวข้อ: การไปวัดในประเทศไทย

คำอธิบาย:
บทเรียนนี้ช่วยฝึกการอ่าน การฟัง การพูด และการเขียนสำหรับผู้เริ่มเรียนภาษาไทย บทความเกี่ยวกับการไปวัดในประเทศไทย เหมาะสำหรับผู้ที่สนใจวัฒนธรรมและการท่องเที่ยวในประเทศไทย

บทความ: การไปวัดในประเทศไทย

MP3 05-01

1.ผมชื่อลิน ผมมาจากไต้หวัน

2.ผมไปวัดในกรุงเทพฯ

3.วัดนี้ชื่อวัดพระแก้ว

4.วัดพระแก้วสวยและใหญ่

5.ผมไหว้พระในโบสถ์

บทที่ห้า

หัวข้อ: การไปวัดในประเทศไทย

คำอธิบาย:
บทเรียนนี้ช่วยฝึกการอ่าน การฟัง การพูด และการเขียนสำหรับผู้เริ่มเรียนภาษาไทย บทความเกี่ยวกับการไปวัดในประเทศไทย เหมาะสำหรับผู้ที่สนใจวัฒนธรรมและการท่องเที่ยวในประเทศไทย

บทความ: การไปวัดในประเทศไทย

6.ผมจุดธูปและเทียน

7.ผมต้องนั่งพับเพียบ

8.ผมพูดว่าสวัสดีกับพระ

9.ผมถวายเงินให้วัด

10.ผมรู้สึกดี เพราะวัดสงบ

บทที่ห้า

รายการคำศัพท์

คำอธิบาย:

เติมความหมายของคำศัพท์ลงในตาราง และฝึกแต่งประโยคโดยใช้คำศัพท์

คำศัพท์	ความหมาย	ตัวอย่างประโยค
1.วัด	_____	_____
2.ไหว้	_____	_____
3.โบสถ์	_____	_____
4.ธูป	_____	_____
5.เทียน	_____	_____
6.นั่งพับเพียบ	_____	_____
7.ถวาย	_____	_____
8.สงบ	_____	_____

บทที่ห้า

แบบฝึกหัดการอ่าน

คำอธิบาย:

ตอบคำถาม 5 ข้อ เพื่อทดสอบความเข้าใจในบทความ

1. ลินมาจากไหน?

    A. ญี่ปุ่น B. ไต้หวัน C. เกาหลี

2. ลินไปวัดอะไร?

    A. วัดโพธิ์ B. วัดอรุณ C. วัดพระแก้ว

3. ลินทำอะไรในโบสถ์?

    A. ไหว้พระ B. ถวายเงิน C. จุดธูป

4. ลินต้องนั่งยังไง?

    A. นั่งเก้าอี้ B. นั่งพับเพียบ C. นั่งขัดสมาธิ

5. ลินรู้สึกดีเพราะอะไร?

    A. วัดสวย B. วัดสงบ C. วัดใหญ่

บทที่ห้า

การฟัง

คำอธิบาย:
ฟังบทความสั้นๆ แล้วตอบคำถาม 5 ข้อ

MP3 05-02

1.ลินไปวัดอะไร?

    A. วัดพระแก้ว B. วัดโพธิ์ C. วัดอรุณ

2.ลินทำอะไรที่วัด?

    A. ไหว้พระ B. ซื้อของ C. กินข้าว

3.ลินจุดอะไร?

    A. ธูปและเทียน B. ไฟ C. ดอกไม้

4.ลินถวายอะไรให้วัด?

    A. ดอกไม้ B. เงิน C. อาหาร

5.ลินรู้สึกยังไง?

    A. รู้สึกดี B. รู้สึกเหนื่อย C. รู้สึกเบื่อ

บทที่ห้า

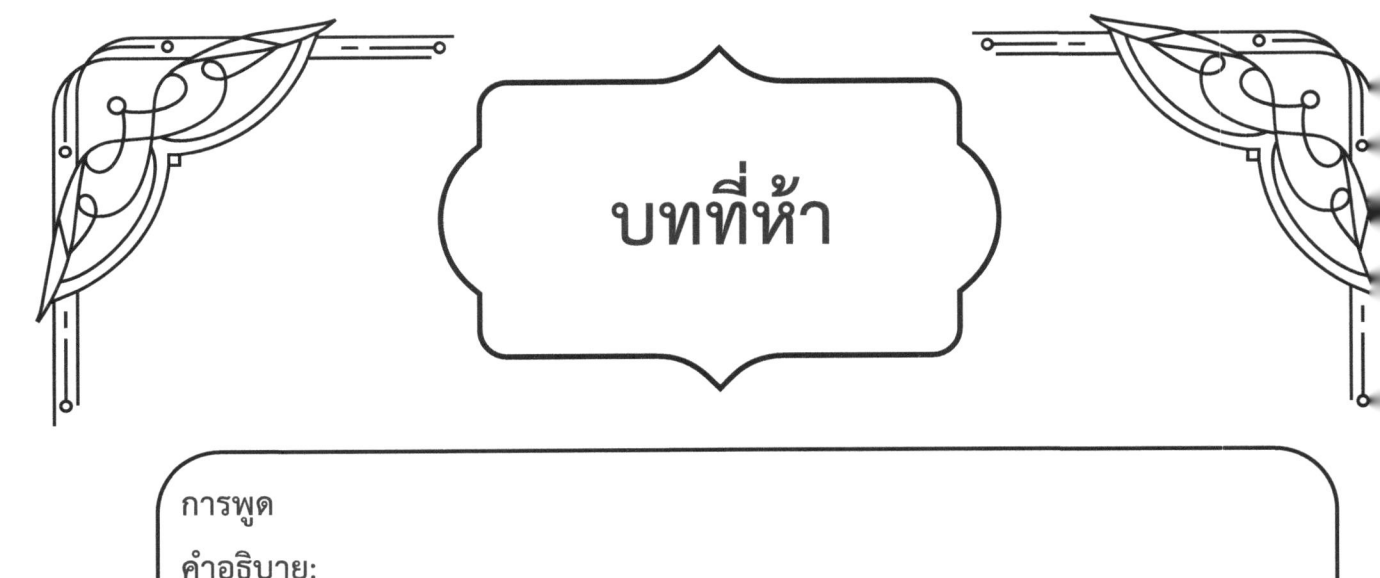

การพูด
คำอธิบาย:
ตอบคำถาม 4 ข้อ โดยใช้คำศัพท์จากบทความ

MP3 05-03

1.คุณไปวัดไหม?
   ตัวอย่างคำตอบ: ผมไปวัด

2.คุณไหว้พระที่ไหน?
   ตัวอย่างคำตอบ: ผมไหว้พระในโบสถ์

3.คุณถวายอะไรให้วัด?
   ตัวอย่างคำตอบ: ผมถวายเงิน

4.คุณรู้สึกยังไงที่วัด?
   ตัวอย่างคำตอบ: ผมรู้สึกดี เพราะวัดสงบ

บทที่ห้า

การเขียน

คำอธิบาย:

เขียนบทความสั้นๆ (100-120 คำ) อธิบายการไปวัดที่คุณชอบ โดยใช้คำศัพท์ เช่น วัด ไหว้ โบสถ์ ถวาย และคำเชื่อม เช่น เพราะ เพราะฉะนั้น

ตัวอย่างคำตอบ:

ผมชื่อไมค์ ผมไปวัดในเชียงใหม่ วัดนี้ชื่อวัดดอยสุเทพ วัดดอยสุเทพสวยมาก ผมไหว้พระในโบสถ์ ผมจุดธูปและเทียน ผมถวายเงินให้วัด ผมรู้สึกดี เพราะวัดนี้สงบและเย็น ผมอยากไปวัดนี้อีกครั้ง

บทที่หก
การเรียนที่มหาวิทยาลัยในประเทศไทย

บทที่หก

หัวข้อ: การเรียนที่มหาวิทยาลัยในประเทศไทย

คำอธิบาย:
บทเรียนนี้ช่วยฝึกการอ่าน การฟัง การพูด และการเขียนสำหรับผู้เริ่มเรียนภาษาไทย บทความเกี่ยวกับการเรียนที่มหาวิทยาลัยในประเทศไทย เหมาะสำหรับผู้ที่สนใจการศึกษาและชีวิตในมหาวิทยาลัย

MP3 06-01

บทความ: การเรียนที่มหาวิทยาลัยในประเทศไทย

1. ผมชื่อโจ ผมเป็นนักเรียน

2. ผมเรียนที่มหาวิทยาลัยในกรุงเทพฯ

3. มหาวิทยาลัยนี้ชื่อจุฬาลงกรณ์

4. ทุกวันผมไปเรียนตอนเช้า

5. ผมเรียนวิชาภาษาไทยในห้องเรียน

บทที่หก

หัวข้อ: การเรียนที่มหาวิทยาลัยในประเทศไทย

คำอธิบาย:

บทเรียนนี้ช่วยฝึกการอ่าน การฟัง การพูด และการเขียนสำหรับผู้เริ่มเรียนภาษาไทย บทความเกี่ยวกับการเรียนที่มหาวิทยาลัยในประเทศไทย เหมาะสำหรับผู้ที่สนใจการศึกษาและชีวิตในมหาวิทยาลัย

บทความ: การเรียนที่มหาวิทยาลัยในประเทศไทย

6. อาจารย์สอนดีมาก

7. ผมทำการบ้านทุกวัน เพราะฉะนั้น ผมเรียนเก่ง

8. เพื่อนในชั้นเรียนน่ารัก

9. ผมชอบเรียนที่นี่ เพราะมันสนุก

10. ผมอยากเรียนต่อไปเรื่อยๆ

บทที่หก

รายการคำศัพท์

คำอธิบาย:

เติมความหมายของคำศัพท์ลงในตาราง และฝึกแต่งประโยคโดยใช้คำศัพท์

คำศัพท์	ความหมาย	ตัวอย่างประโยค
1.นักเรียน		
2.มหาวิทยาลัย		
3.เรียน		
4.วิชา		
5.ห้องเรียน		
6.อาจารย์		
7.การบ้าน		
8.เพื่อน		

บทที่หก

แบบฝึกหัดการอ่าน

คำอธิบาย:

ตอบคำถาม 5 ข้อ เพื่อทดสอบความเข้าใจในบทความ

1.โจเป็นอะไร?

    A. อาจารย์ B. นักเรียน C. พนักงาน

2.โจเรียนที่มหาวิทยาลัยอะไร?

    A. ธรรมศาสตร์ B. จุฬาลงกรณ์ C. มหิดล

3.โจเรียนวิชาอะไร?

    A. ภาษาไทย B. คณิตศาสตร์ C. วิทยาศาสตร์

4.โจทำการบ้านเมื่อไหร่?

    A. ทุกวัน B. ทุกสัปดาห์ C. ทุกเดือน

5.โจชอบเรียนที่นี่เพราะอะไร?

    A. เพื่อนเยอะ B. อาจารย์ดี C. มันสนุก

บทที่หก

การฟัง

คำอธิบาย:
ฟังบทความสั้นๆ แล้วตอบคำถาม 5 ข้อ

MP3 06-02

1. โจเรียนที่ไหน?

    A. จุฬาลงกรณ์ B. มหิดล C. เกษตรศาสตร์

2. โจเรียนวิชาอะไร?

    A. ภาษาไทย B. ภาษาอังกฤษ C. ประวัติศาสตร์

3. โจไปเรียนตอนไหน?

    A. ตอนเช้า B. ตอนบ่าย C. ตอนเย็น

4. อาจารย์ของโจเป็นยังไง?

    A. สอนดี B. สอนยาก C. สอนเร็ว

5. โจชอบเพื่อนในชั้นเรียนไหม?

    A. ชอบ B. ไม่ชอบ C. ไม่แน่ใจ

บทที่หก

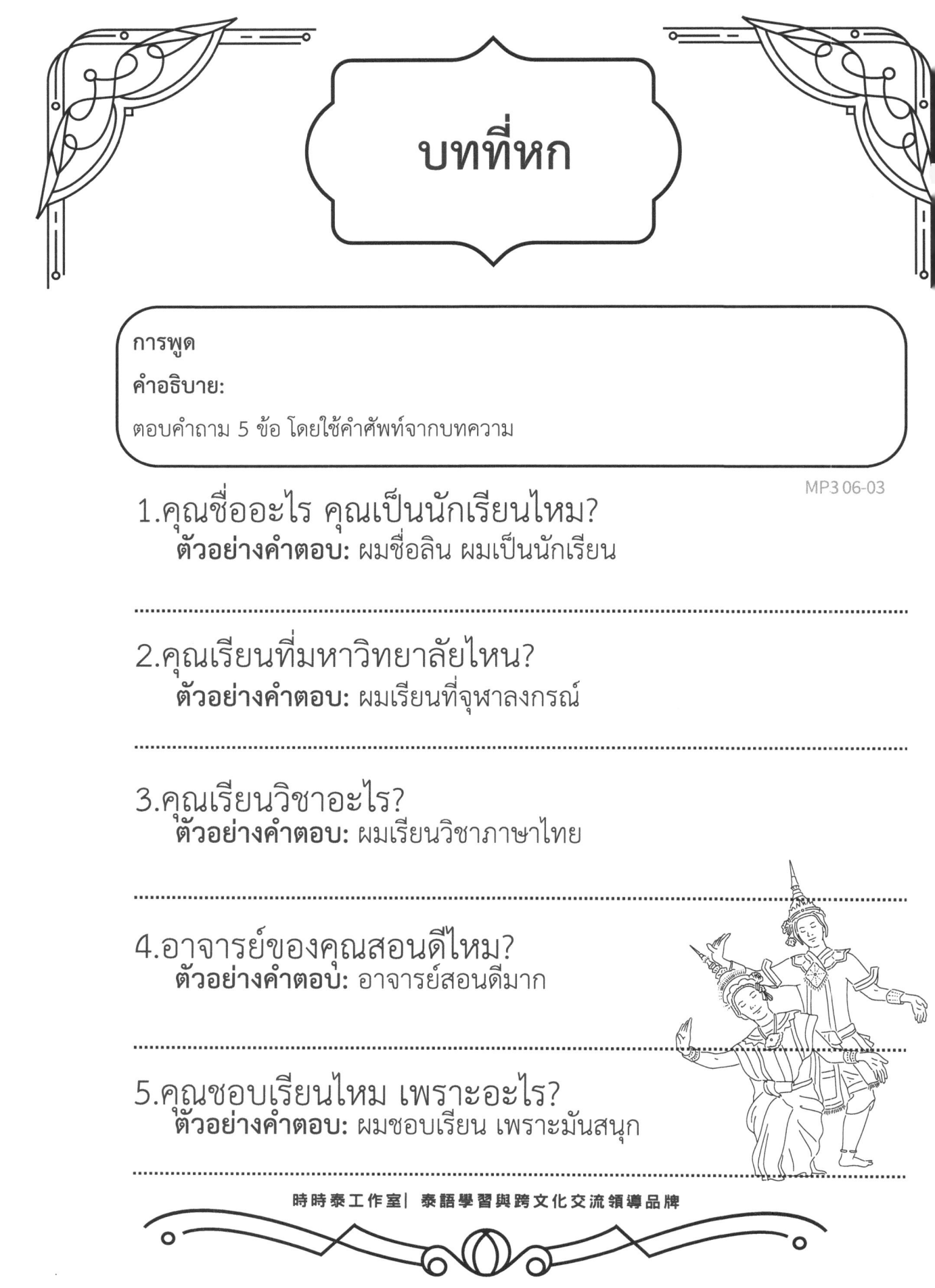

การพูด

คำอธิบาย:

ตอบคำถาม 5 ข้อ โดยใช้คำศัพท์จากบทความ

MP3 06-03

1.คุณชื่ออะไร คุณเป็นนักเรียนไหม?
ตัวอย่างคำตอบ: ผมชื่อลิน ผมเป็นนักเรียน

2.คุณเรียนที่มหาวิทยาลัยไหน?
ตัวอย่างคำตอบ: ผมเรียนที่จุฬาลงกรณ์

3.คุณเรียนวิชาอะไร?
ตัวอย่างคำตอบ: ผมเรียนวิชาภาษาไทย

4.อาจารย์ของคุณสอนดีไหม?
ตัวอย่างคำตอบ: อาจารย์สอนดีมาก

5.คุณชอบเรียนไหม เพราะอะไร?
ตัวอย่างคำตอบ: ผมชอบเรียน เพราะมันสนุก

時時泰工作室| 泰語學習與跨文化交流領導品牌

บทที่หก

การเขียน

คำอธิบาย:

เขียนบทความสั้นๆ (100-120 คำ) อธิบายการเรียนของคุณ โดยใช้คำศัพท์ เช่น นักเรียน มหาวิทยาลัย เรียน อาจารย์ และคำเชื่อม เช่น เพราะ เพราะฉะนั้น

ตัวอย่างคำตอบ:

ผมชื่อไมค์ ผมเป็นนักเรียน ผมเรียนที่มหาวิทยาลัยในเชียงใหม่ ผมเรียนวิชาคณิตศาสตร์ ทุกวันผมไปเรียนตอนเช้า อาจารย์สอนดีมาก ผมทำการบ้านทุกวัน เพราะฉะนั้น ผมเรียนเก่ง เพื่อนในห้องเรียนน่ารัก ผมชอบเรียนที่นี่ เพราะมันสนุก ผมอยากเรียนต่อไป

บทที่เจ็ด
การทำงานในสำนักงานที่ประเทศไทย

บทที่เจ็ด

หัวข้อ: การทำงานในสำนักงานที่ประเทศไทย

คำอธิบาย:

บทเรียนนี้ช่วยฝึกการอ่าน การฟัง การพูด และการเขียนสำหรับผู้เริ่มเรียนภาษาไทย บทความเกี่ยวกับการทำงานในสำนักงานที่ประเทศไทย เหมาะสำหรับผู้ที่สนใจการทำงานและชีวิตในสำนักงาน

MP3 07-01

บทความ: การทำงานในสำนักงานที่ประเทศไทย

1. ผมชื่อลี ผมทำงานในสำนักงาน

2. สำนักงานของผมอยู่ในกรุงเทพฯ

3. ผมเริ่มงานตอนเช้า

4. ผมทำงานกับเพื่อนร่วมงาน

5. เพื่อนร่วมงานของผมใจดี

บทที่เจ็ด

หัวข้อ: การทำงานในสำนักงานที่ประเทศไทย

คำอธิบาย:
บทเรียนนี้ช่วยฝึกการอ่าน การฟัง การพูด และการเขียนสำหรับผู้เริ่มเรียนภาษาไทย บทความเกี่ยวกับการทำงานในสำนักงานที่ประเทศไทย เหมาะสำหรับผู้ที่สนใจการทำงานและชีวิตในสำนักงาน

บทความ: การทำงานในสำนักงานที่ประเทศไทย

6.ผมถามหัวหน้าว่างานเสร็จหรือยัง

7.หัวหน้าบอกว่าทำดีมาก

8.ผมมีความสุข เพราะงานไม่ยาก

9.ทุกวันผมกลับบ้านตอนเย็น

10.ผมชอบทำงานที่นี่ เพราะมันสนุก

บทที่เจ็ด

รายการคำศัพท์
คำอธิบาย:
เติมความหมายของคำศัพท์ลงในตาราง และฝึกแต่งประโยคโดยใช้คำศัพท์

คำศัพท์	ความหมาย	ตัวอย่างประโยค
1.ทำงาน		
2.สำนักงาน		
3.เริ่ม		
4.เพื่อนร่วมงาน		
5.ใจดี		
6.หัวหน้า		
7.กลับบ้าน		
8.มีความสุข		

時時泰工作室| 泰語學習與跨文化交流領導品牌

บทที่เจ็ด

แบบฝึกหัดการอ่าน

คำอธิบาย:

ตอบคำถาม 5 ข้อ เพื่อทดสอบความเข้าใจในบทความ

1.ลีทำงานที่ไหน?

   A. ตลาด B. สำนักงาน C. ร้านอาหาร

2.สำนักงานของลีอยู่ที่ไหน?

   A. กรุงเทพฯ B. เชียงใหม่ C. ภูเก็ต

3.ลีเริ่มงานตอนไหน?

   A. ตอนเช้า B. ตอนบ่าย C. ตอนเย็น

4.เพื่อนร่วมงานของลีเป็นยังไง?

   A. ใจดี B. เฉยๆ C. ไม่ดี

5.ลีมีความสุขเพราะอะไร?

   A. หัวหน้าดี B. งานไม่ยาก C. เพื่อนเยอะ

บทที่เจ็ด

การฟัง

คำอธิบาย:
ฟังบทความสั้นๆ แล้วตอบคำถาม 5 ข้อ

MP3 07-02

1. ลีทำงานที่ไหน?

    A. สำนักงาน B. โรงงาน C. โรงเรียน

2. ลีเริ่มงานตอนไหน?

    A. ตอนเช้า B. ตอนบ่าย C. ตอนเย็น

3. หัวหน้าของลีพูดว่าอะไร?

    A. ทำดีมาก B. ทำงานช้า C. งานยาก

4. ลีกลับบ้านตอนไหน?

    A. ตอนเช้า B. ตอนบ่าย C. ตอนเย็น

5. ลีชอบทำงานที่นี่ไหม?

    A. ชอบ B. ไม่ชอบ C. ไม่แน่ใจ

บทที่เจ็ด

การพูด
คำอธิบาย:
ตอบคำถาม 5 ข้อ โดยใช้คำศัพท์จากบทความ

MP3 07-03

1.คุณชื่ออะไร คุณทำงานที่ไหน?
ตัวอย่างคำตอบ: ผมชื่อโจ ผมทำงานในสำนักงาน

....

2.คุณเริ่มงานตอนไหน?
ตัวอย่างคำตอบ: ผมเริ่มงานตอนเช้า

....

3.เพื่อนร่วมงานของคุณเป็นยังไง?
ตัวอย่างคำตอบ: เพื่อนร่วมงานของผมใจดี

....

4.หัวหน้าของคุณพูดว่าอะไร?
ตัวอย่างคำตอบ: หัวหน้าบอกว่าทำดีมาก

....

5.คุณมีความสุขไหม เพราะอะไร?
ตัวอย่างคำตอบ: ผมมีความสุข เพราะงานไม่ยาก

....

時時泰工作室| 泰語學習與跨文化交流領導品牌

บทที่เจ็ด

การเขียน

คำอธิบาย:

เขียนบทความสั้นๆ (100-120 คำ) อธิบายงานของคุณ โดยใช้คำศัพท์ เช่น ทำงาน สำนักงาน เพื่อนร่วมงาน หัวหน้า และคำเชื่อม เช่น เพราะ เพราะฉะนั้น

ตัวอย่างคำตอบ:

ผมชื่อไมค์ ผมทำงานในสำนักงานที่เชียงใหม่ ผมเริ่มงานตอนเช้า ผมทำงานกับเพื่อนร่วมงาน เพื่อนร่วมงานของผมใจดีมาก ผมถามหัวหน้าว่างานเสร็จหรือยัง หัวหน้าบอกว่าดีมาก ผมกลับบ้านตอนเย็น ผมมีความสุข เพราะงานสนุก ผมอยากทำงานต่อไป

บทที่แปด
การเดินทางไปทะเลในประเทศไทย

時時泰工作室| 泰語學習與跨文化交流領導品牌

บทที่แปด

หัวข้อ: การเดินทางไปทะเลในประเทศไทย

คำอธิบาย:
บทเรียนนี้ช่วยฝึกการอ่าน การฟัง การพูด และการเขียนสำหรับผู้เริ่มเรียนภาษาไทย บทความเกี่ยวกับการเดินทางไปทะเลในประเทศไทย เหมาะสำหรับผู้ที่สนใจการท่องเที่ยวและธรรมชาติในประเทศไทย

MP3 08-01

บทความ: การเดินทางไปทะเลในประเทศไทย

1. ผมชื่อไมค์ ผมชอบทะเล

2. ผมเดินทางไปทะเลที่พัทยา

3. ผมไปกับเพื่อนตอนวันหยุด

4. ทะเลที่พัทยาสวยมาก

5. อากาศร้อน แต่ลมเย็น

บทที่แปด

หัวข้อ: การเดินทางไปทะเลในประเทศไทย

คำอธิบาย:
บทเรียนนี้ช่วยฝึกการอ่าน การฟัง การพูด และการเขียนสำหรับผู้เริ่มเรียนภาษาไทย บทความเกี่ยวกับการเดินทางไปทะเลในประเทศไทย เหมาะสำหรับผู้ที่สนใจการท่องเที่ยวและธรรมชาติในประเทศไทย

บทความ: การเดินทางไปทะเลในประเทศไทย

6. ผมว่ายน้ำในทะเล

7. ผมถ่ายรูปกับเพื่อน

8. ผมกินอาหารทะเลที่ร้าน

9. ผมรู้สึกดี เพราะทะเลสวย

10. ผมอยากไปทะเลอีกครั้ง

บทที่แปด

รายการคำศัพท์

คำอธิบาย:

เติมความหมายของคำศัพท์ลงในตาราง และฝึกแต่งประโยคโดยใช้คำศัพท์

คำศัพท์	ความหมาย	ตัวอย่างประโยค
1.ทะเล		
2.เดินทาง		
3.วันหยุด		
4.อากาศ		
5.ร้อน		
6.ว่ายน้ำ		
7.ถ่ายรูป		
8.อาหารทะเล		

บทที่แปด

แบบฝึกหัดการอ่าน

คำอธิบาย:

ตอบคำถาม 5 ข้อ เพื่อทดสอบความเข้าใจในบทความ

1. ไมค์ชอบอะไร?

    A. ภูเขา B. ทะเล C. แม่น้ำ

2. ไมค์ไปทะเลที่ไหน?

    A. ภูเก็ต B. พัทยา C. กระบี่

3. ไมค์ไปทะเลกับใคร?

    A. ครอบครัว B. เพื่อน C. อาจารย์

4. อากาศที่พัทยาเป็นยังไง?

    A. ร้อนแต่ลมเย็น B. หนาว C. ฝนตก

5. ไมค์รู้สึกดีเพราะอะไร?

    A. เพื่อนเยอะ B. อาหารอร่อย C. ทะเลสวย

บทที่แปด

การฟัง

คำอธิบาย:
ฟังบทความสั้นๆ แล้วตอบคำถาม 5 ข้อ

MP3 08-02

1. ไมค์ไปทะเลที่ไหน?

   A. พัทยา B. กระบี่ C. หัวหิน

2. ไมค์ไปทะเลเมื่อไหร่?

   A. วันหยุด B. วันทำงาน C. วันธรรมดา

3. อากาศที่ทะเลเป็นยังไง?

   A. ร้อน B. หนาว C. ฝนตก

4. ไมค์ทำอะไรที่ทะเล?

   A. ว่ายน้ำ B. อ่านหนังสือ C. วิ่ง

5. ไมค์อยากไปทะเลอีกครั้งไหม?

   A. อยาก B. ไม่อยาก C. ไม่แน่ใจ

時時泰工作室 | 泰語學習與跨文化交流領導品牌

บทที่แปด

การพูด

คำอธิบาย:

ตอบคำถาม 5 ข้อ โดยใช้คำศัพท์จากบทความ

MP3 08-03

1.คุณชื่ออะไร คุณชอบทะเลไหม?
   ตัวอย่างคำตอบ: ผมชื่อลิน ผมชอบทะเล

....

2.คุณเดินทางไปทะเลที่ไหน?
   ตัวอย่างคำตอบ: ผมไปทะเลที่พัทยา

....

3.คุณไปทะเลเมื่อไหร่?
   ตัวอย่างคำตอบ: ผมไปตอนวันหยุด

....

4.อากาศที่ทะเลเป็นยังไง?
   ตัวอย่างคำตอบ: อากาศร้อนแต่ลมเย็น

....

5.คุณทำอะไรที่ทะเล?
   ตัวอย่างคำตอบ: ผมว่ายน้ำและถ่ายรูป

....

時時泰工作室| 泰語學習與跨文化交流領導品牌

บทที่แปด

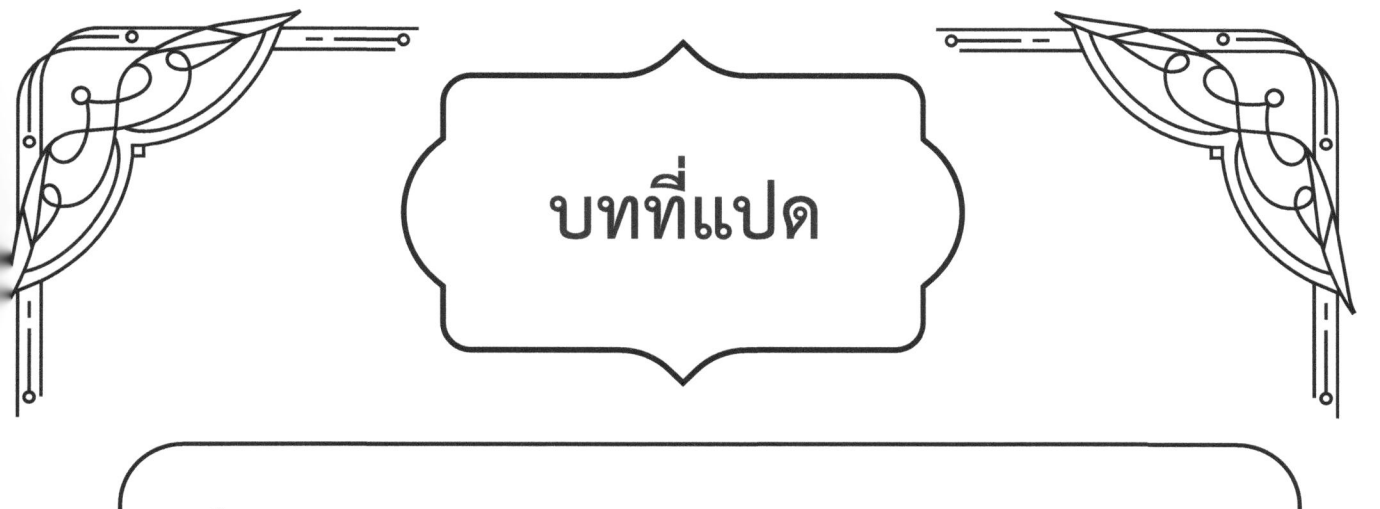

การเขียน

คำอธิบาย:

เขียนบทความสั้นๆ (100-120 คำ) อธิบายการเดินทางไปสถานที่ที่คุณชอบ โดยใช้คำศัพท์ เช่น ทะเล เดินทาง อากาศ ว่ายน้ำ และคำเชื่อม เช่น เพราะ เพราะฉะนั้น

ตัวอย่างคำตอบ:

ผมชื่อโจ ผมชอบไปภูเขา ผมเดินทางไปดอยอินทนนท์ตอนวันหยุด อากาศที่ดอยอินทนนท์เย็นและดี ผมเดินป่ากับเพื่อน ผมถ่ายรูปเยอะมาก ผมรู้สึกดี เพราะธรรมชาติสวย ผมอยากไปอีกครั้ง

เฉลย

時時泰工作室| 泰語學習與跨文化交流領導品牌

บทที่หนึ่ง

รายการคำศัพท์

คำอธิบาย:

เติมความหมายของคำศัพท์ลงในตาราง และฝึกแต่งประโยคโดยใช้คำศัพท์

คำศัพท์	ความหมาย	ตัวอย่างประโยค
1.เดินทาง	旅行	ผมเดินทางไปเชียงใหม่ทุกปี
2.กรุงเทพฯ	曼谷	กรุงเทพฯ เป็นเมืองที่ใหญ่และสวย
3.สนามบิน	機場	สนามบินสุวรรณภูมิมีคนเยอะมาก
4.รถแท็กซี่	計程車	ผมขึ้นรถแท็กซี่ไปถนนข้าวสาร
5.ถนน	街道	ถนนสีลมมีรถเยอะตอนเย็น
6.ถามทาง	問路	ผมถามทางไปห้างจากคนขับรถ
7.ช้อปปิ้ง	購物	ผมไปช้อปปิ้งที่ห้างทุกวันอาทิตย์
8.ห้าง	百貨公司	ห้างในกรุงเทพฯ ใหญ่และสวยมาก

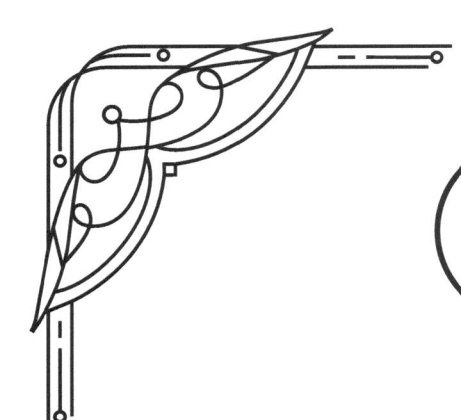

บทที่หนึ่ง

แบบฝึกหัดการอ่าน

คำอธิบาย:

ตอบคำถาม 5 ข้อ เพื่อทดสอบความเข้าใจในบทความ

1. B
2. C
3. B
4. A
5. B

การฟัง

คำอธิบาย:

ฟังบทความสั้นๆ แล้วตอบคำถาม 5 ข้อ

บทความสำหรับฟัง:

สวัสดีครับ ผมชื่อเจมส์ ผมเดินทางไปกรุงเทพฯ ด้วยเครื่องบิน ผมถึงสนามบินสุวรรณภูมิตอนบ่ายสองโมง ผมขึ้นรถแท็กซี่ไปถนนสุขุมวิท ถนนสุขุมวิทมีรถเยอะมาก ผมอยากไป ช้อปปิ้ง และผมอยากมาเที่ยวอีก

1. B
2. C
3. A
4. A
5. A

時時泰工作室| 泰語學習與跨文化交流領導品牌

บทที่สอง

รายการคำศัพท์

คำอธิบาย:

เติมความหมายของคำศัพท์ลงในตาราง และฝึกแต่งประโยคโดยใช้คำศัพท์

คำศัพท์	ความหมาย	ตัวอย่างประโยค
1.ตลาด	市場	ผมไปตลาดทุกวันอาทิตย์
2.ซื้อ	買	ผมซื้อผลไม้ที่ตลาด
3.ผัก	蔬菜	ผักที่ตลาดสดและถูก
4.ผลไม้	水果	ผลไม้ราคาไม่แพง
5.ราคา	價格	ราคาผักถูกมาก
6.บาท	泰銖	ผมจ่าย 100 บาท
7.แม่ค้า	女攤販	แม่ค้าที่ตลาดใจดี
8.จ่ายเงิน	付錢	ผมจ่ายเงินแล้วกลับบ้าน

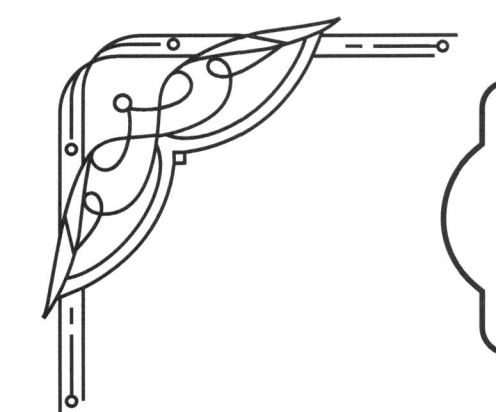

บทที่สอง

แบบฝึกหัดการอ่าน

คำอธิบาย:

ตอบคำถาม 5 ข้อ เพื่อทดสอบความเข้าใจในบทความ

1. B
2. A
3. B
4. C
5. B

การฟัง

คำอธิบาย:

ฟังบทความสั้นๆ แล้วตอบคำถาม 5 ข้อ

บทความสำหรับฟัง:

สวัสดีครับ ผมชื่อลิน ผมไปตลาดจตุจักรตอนเช้า ผมซื้อผักและผลไม้ ผักราคา 30 บาท ผมถามแม่ค้าว่าราคาเท่าไหร่ แม่ค้าบอกว่าราคาถูก ผมจ่ายเงินแล้วเดินกลับบ้าน

1. A
2. C
3. B
4. A
5. A

บทที่สาม

รายการคำศัพท์

คำอธิบาย:

เติมความหมายของคำศัพท์ลงในตาราง และฝึกแต่งประโยคโดยใช้คำศัพท์

คำศัพท์	ความหมาย	ตัวอย่างประโยค
1.อาหารไทย	泰國食物	ผมชอบกินอาหารไทยทุกวัน
2.ร้านอาหาร	餐廳	ร้านอาหารนี้มีอาหารไทยอร่อย
3.สั่ง	點餐	ผมสั่งข้าวผัดที่ร้าน
4.ต้มยำกุ้ง	冬蔭功	ต้มยำกุ้งรสชาติเผ็ดมาก
5.รสชาติ	味道	รสชาติของอาหารไทยดีมาก
6.ข้าวเหนียวมะม่วง	芒果糯米飯	ข้าวเหนียวมะม่วงหวานและอร่อย
7.พนักงาน	服務員	พนักงานในร้านอาหารใจดี
8.อร่อย	好吃	อาหารไทยอร่อยมาก

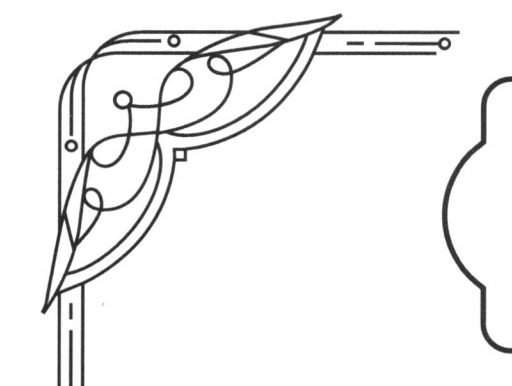

บทที่สาม

แบบฝึกหัดการอ่าน

คำอธิบาย:

ตอบคำถาม 5 ข้อ เพื่อทดสอบความเข้าใจในบทความ

  1. B
  2. B
  3. B
  4. B
  5. A

การฟัง

คำอธิบาย:

ฟังบทความสั้นๆ แล้วตอบคำถาม 5 ข้อ

บทความสำหรับฟัง:

สวัสดีครับ ผมชื่อไมค์ ผมไปร้านอาหารตอนเย็น ผมสั่งต้มยำกุ้งและข้าวเหนียวมะม่วง ต้มยำกุ้งเผ็ดมาก ข้าวเหนียวมะม่วงหวานและอร่อย ผมบอกพนักงานว่ารสชาติดี ผมกินเสร็จแล้วจ่ายเงิน

  1. C
  2. A
  3. B
  4. B
  5. C

บทที่สี่

รายการคำศัพท์

คำอธิบาย:

เติมความหมายของคำศัพท์ลงในตาราง และฝึกแต่งประโยคโดยใช้คำศัพท์

คำศัพท์	ความหมาย	ตัวอย่างประโยค
1.เช่า	租	ผมเช่าบ้านในเชียงใหม่
2.บ้าน	房子	บ้านนี้สวยและใหญ่
3.เจ้าของบ้าน	房東	เจ้าของบ้านใจดีมาก
4.ราคา	價格	ราคาเช่าบ้านแพง
5.เดือน	月	ผมเช่าบ้านเดือนละ 10,000 บาท
6.มัดจำ	押金	ผมจ่ายเงินมัดจำ 5,000 บาท
7.ย้าย	搬家	ผมย้ายไปบ้านใหม่
8.มีความสุข	快樂	ผมมีความสุขที่ได้เช่าบ้าน

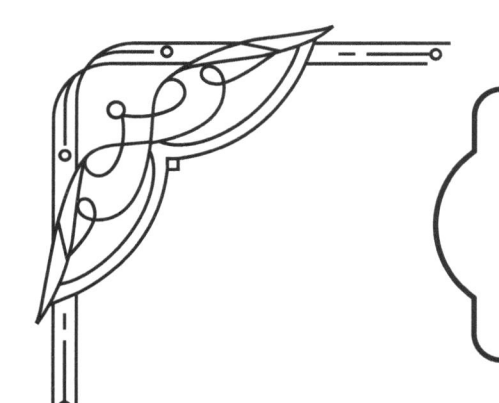

บทที่สี่

แบบฝึกหัดการอ่าน
คำอธิบาย:
ตอบคำถาม 5 ข้อ เพื่อทดสอบความเข้าใจในบทความ

1. B
2. A
3. B
4. B
5. C

การฟัง
คำอธิบาย:
ฟังบทความสั้นๆ แล้วตอบคำถาม 5 ข้อ

บทความสำหรับฟัง:
สวัสดีครับ ผมชื่อแบม ผมอยากเช่าบ้านในกรุงเทพฯ บ้านหลังนี้สวยและราคา 10000 บาท ผมถามเจ้าของบ้านแล้ว ผมจ่ายเงินมัดจำ 5000 บาท ผมย้ายเข้าไปวันนี้ ผมชอบบ้านหลังนี้มาก

1. A
2. B
3. A
4. A
5. A

บทที่ห้า

รายการคำศัพท์

คำอธิบาย:

เติมความหมายของคำศัพท์ลงในตาราง และฝึกแต่งประโยคโดยใช้คำศัพท์

คำศัพท์	ความหมาย	ตัวอย่างประโยค
1.วัด	寺廟	ผมไปวัดทุกวันอาทิตย์
2.ไหว้	拜	ผมไหว้พระทุกเช้า
3.โบสถ์	佛堂	โบสถ์ในวัดสวยมาก
4.ธูป	香	ผมจุดธูปในโบสถ์
5.เทียน	蠟燭	เทียนในวัดสว่างมาก
6.นั่งพับเพียบ	跪坐	ผมนั่งพับเพียบในวัด
7.ถวาย	供奉	ผมถวายเงินให้วัด
8.สงบ	安靜	วัดนี้สงบและเย็น

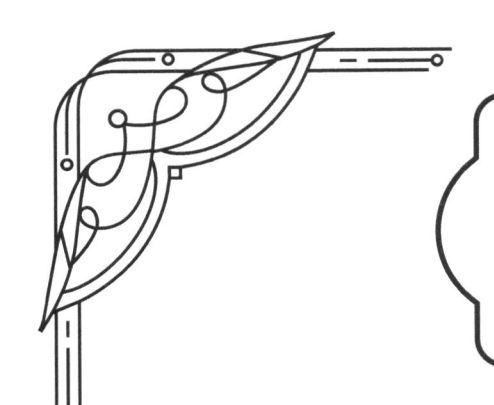

บทที่ห้า

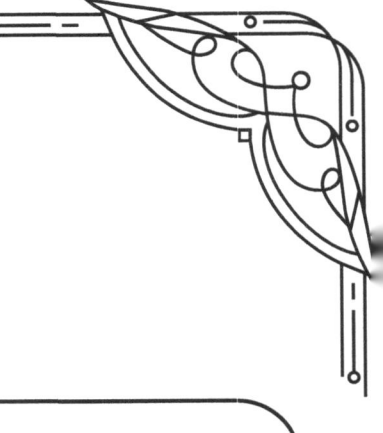

แบบฝึกหัดการอ่าน

คำอธิบาย:

ตอบคำถาม 5 ข้อ เพื่อทดสอบความเข้าใจในบทความ

1. B
2. C
3. A
4. B
5. B

การฟัง

คำอธิบาย:

ฟังบทความสั้นๆ แล้วตอบคำถาม 5 ข้อ

บทความสำหรับฟัง:

สวัสดีครับ ผมชื่อลิน ผมไปวัดพระแก้ว ผมไหว้พระและจุดธูปและเทียน ผมถวายเงิน 100 บาทให้วัด ผมรู้สึกดี เพราะวัดนี้สงบ

1. A
2. A
3. A
4. B
5. A

บทที่หก

รายการคำศัพท์

คำอธิบาย:

เติมความหมายของคำศัพท์ลงในตาราง และฝึกแต่งประโยคโดยใช้คำศัพท์

คำศัพท์	ความหมาย	ตัวอย่างประโยค
1.นักเรียน	學生	ผมเป็นนักเรียนที่มหาวิทยาลัย
2.มหาวิทยาลัย	大學	มหาวิทยาลัยในกรุงเทพฯสวย
3.เรียน	學習	ผมเรียนวิชาภาษาไทยทุกวัน
4.วิชา	科目	วิชาคณิตศาสตร์ยาก
5.ห้องเรียน	教室	ห้องเรียนของผมสะอาด
6.อาจารย์	老師	อาจารย์สอนดีและใจดี
7.การบ้าน	作業	ผมทำการบ้านทุกเย็น
8.เพื่อน	朋友	เพื่อนในชั้นเรียนช่วยผม

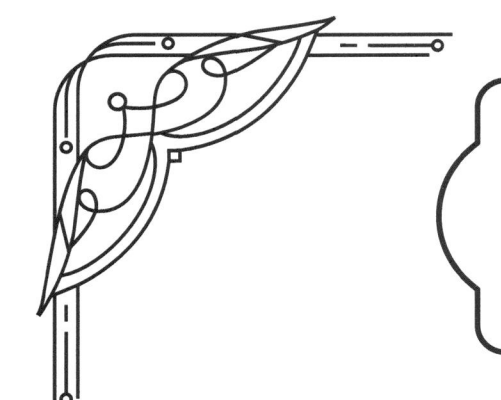

บทที่หก

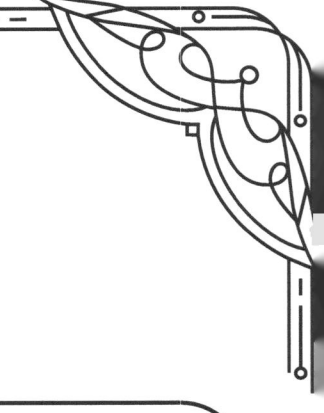

แบบฝึกหัดการอ่าน
คำอธิบาย:
ตอบคำถาม 5 ข้อ เพื่อทดสอบความเข้าใจในบทความ

    1. B
    2. B
    3. A
    4. A
    5. C

การฟัง
คำอธิบาย:
ฟังบทความสั้นๆ แล้วตอบคำถาม 5 ข้อ

บทความสำหรับฟัง:
สวัสดีครับ ผมชื่อโจ ผมเรียนที่มหาวิทยาลัยจุฬาลงกรณ์ ผมเรียนวิชาภาษาไทย ผมไปเรียนตอนเช้า อาจารย์สอนดีมาก เพื่อนในชั้นเรียนน่ารัก ผมชอบเรียนที่นี่

    1. A
    2. A
    3. A
    4. A
    5. A

บทที่เจ็ด

รายการคำศัพท์

คำอธิบาย:

เติมความหมายของคำศัพท์ลงในตาราง และฝึกแต่งประโยคโดยใช้คำศัพท์

คำศัพท์	ความหมาย	ตัวอย่างประโยค
1.ทำงาน	工作	ผมทำงานในสำนักงานทุกวัน
2.สำนักงาน	辦公室	สำนักงานของผมสะอาด
3.เริ่ม	開始	ผมเริ่มงานตอนแปดโมง
4.เพื่อนร่วมงาน	同事	เพื่อนร่วมงานของผมช่วยผม
5.ใจดี	善良	หัวหน้าของผมใจดี
6.หัวหน้า	主管	หัวหน้าสอนงานผม
7.กลับบ้าน	回家	ผมกลับบ้านตอนเย็น
8.มีความสุข	快樂	ผมมีความสุขที่ทำงาน

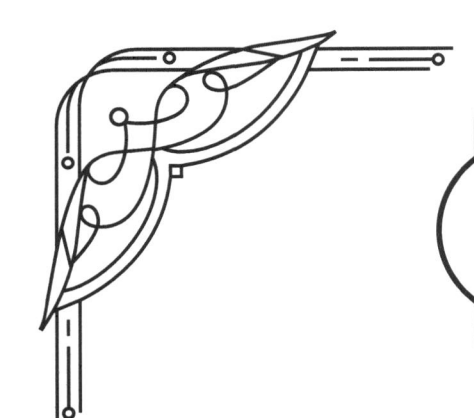

บทที่เจ็ด

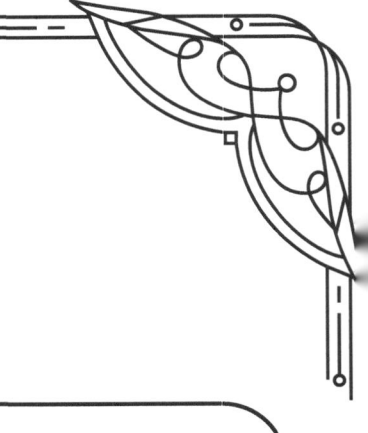

แบบฝึกหัดการอ่าน

คำอธิบาย:

ตอบคำถาม 5 ข้อ เพื่อทดสอบความเข้าใจในบทความ

1. B
2. A
3. A
4. A
5. B

การฟัง

คำอธิบาย:

ฟังบทความสั้นๆ แล้วตอบคำถาม 5 ข้อ

บทความสำหรับฟัง:

สวัสดีครับ ผมชื่อลี ผมทำงานในสำนักงานที่กรุงเทพฯ ผมเริ่มงานตอนเช้า หัวหน้าบอกว่าผมทำงานดีมาก ผมกลับบ้านตอนเย็น ผมชอบทำงานที่นี่

1. A
2. A
3. A
4. C
5. A

บทที่แปด

รายการคำศัพท์

คำอธิบาย:

เติมความหมายของคำศัพท์ลงในตาราง และฝึกแต่งประโยคโดยใช้คำศัพท์

คำศัพท์	ความหมาย	ตัวอย่างประโยค
1.ทะเล	海	ผมไปทะเลที่ภูเก็ต
2.เดินทาง	旅行	ผมเดินทางไปเชียงใหม่
3.วันหยุด	假日	ผมไปเที่ยวตอนวันหยุด
4.อากาศ	天氣	อากาศวันนี้ร้อน
5.ร้อน	熱	อากาศร้อนมาก
6.ว่ายน้ำ	游泳	ผมว่ายน้ำในสระ
7.ถ่ายรูป	拍照	ผมถ่ายรูปที่ทะเล
8.อาหารทะเล	海鮮	ผมกินอาหารทะเลที่ร้าน

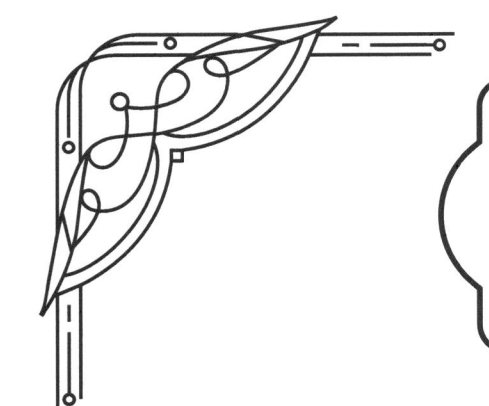

บทที่แปด

แบบฝึกหัดการอ่าน
คำอธิบาย:
ตอบคำถาม 5 ข้อ เพื่อทดสอบความเข้าใจในบทความ

1. B
2. B
3. B
4. A
5. C

การฟัง
คำอธิบาย:
ฟังบทความสั้นๆ แล้วตอบคำถาม 5 ข้อ

บทความสำหรับฟัง:
สวัสดีครับ ผมชื่อไมค์ ผมไปทะเลที่พัทยา ผมไปตอนวันหยุด อากาศร้อนมาก ผมว่ายน้ำและถ่ายรูป ผมอยากไปทะเลอีก

1. A
2. A
3. A
4. A
5. A